# ಹೊಸ ಅಂಗಳ

ಪರಾಗ

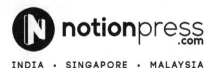

notionpress.com

INDIA • SINGAPORE • MALAYSIA

Copyright © Parag 2023
All Rights Reserved.

ISBN 979-8-89026-010-9

This book has been published with all efforts taken to make the material error-free after the consent of the author. However, the author and the publisher do not assume and hereby disclaim any liability to any party for any loss, damage, or disruption caused by errors or omissions, whether such errors or omissions result from negligence, accident, or any other cause.

While every effort has been made to avoid any mistake or omission, this publication is being sold on the condition and understanding that neither the author nor the publishers or printers would be liable in any manner to any person by reason of any mistake or omission in this publication or for any action taken or omitted to be taken or advice rendered or accepted on the basis of this work. For any defect in printing or binding the publishers will be liable only to replace the defective copy by another copy of this work then available.

ಹೊಸ ಅಂಗಳ
ಕವನಗಳು
ಪರಾಗ

ಅರ್ಪಣೆ

ಗುರು ಹಿರಿಯರಿಗೆ

# ಪರಿವಿಡಿ

ಮುನ್ನುಡಿ ............................................... 9

1. ಹತ್ತು ಎರಡು ........................................ 12

2. ಆಸೆಗಳು ............................................ 14

3. ಸೋತೆ .............................................. 16

4. ಬಾಳ ಸಂಗಾತಿ ..................................... 18

5. ಸಂಕ್ಷಿಪ್ತ ............................................. 20

6. ನನ್ನ ಕಾದಂಬರಿ .................................... 22

7. ಹೊಸ ಅಂಗಳ ...................................... 24

8. ಮತ್ತೊಮ್ಮೆ ......................................... 26

9. ಪಲ್ಲವಿ ಇಲ್ಲದೆ ...................................... 28

10. ಅನುಭವಿಸಿ ........................................ 32

11. ನೀ ಬೇಕು ಬದಿಯಲಿ .............................. 34

12. ಓ ಸಖಿಯೇ ........................................ 36

13. ನಾ ನನ್ನೊಂದಿಗೆ ನಡೆದಿರುವೆ ...................... 38

14. ಶಾಂತಿಯ ಸೊಬಗು ............................... 40

15. ಹೂವು ............................................. 42

16. ಕಲ್ಪನೆಯ ತೋರಣ .............................. 44

17. ತಪ್ಪಿಸುವೆ .................................................. 46

18. ಕೈ ಗುರುತು ............................................... 48

19. ಸ್ವಾರ್ಥ ................................................... 50

20. ರೋಷ ..................................................... 52

# ಮುನ್ನುಡಿ

ಪ ರಾ ಗ ಅವರು ಹುಟ್ಟ ಬೆಳೆದ ಊರು ಧಾರವಾಡ. ಅವರ ಶಿಕ್ಷಣ ಮತ್ತು ವಿದ್ಯಾಭ್ಯಾಸ ಧಾರವಾಡ ದಲ್ಲಿ ನಡೆಯಿತು.

ಈಗ ಅವರು ಎಂಜಿನಿಯರ್ ಆಗಿ ಬೆಂಗಳೂರನಲ್ಲಿ ಹೋದ ಸುಮಾರು ಎರಡು ದಶಕಗಳ ಕಾಲ ಉದ್ಯೋಗದಲ್ಲಿ ಇದ್ದಾರೆ. ಕನ್ನಡ ಮೂಲದವರು ಹಾಗೂ ಕಲೆ, ಸಾಹಿತ್ಯ ದಲ್ಲಿ ಅವರ ಮೆಚ್ಚಿನ ಬರಹಗಾರರು ಬೇಂದ್ರೆ ಮತ್ತು ಈಗಿನಕಾಲದ ಕವಯಿತ್ರಿ ನಂದಿನಿ ಹೆದ್ದುರ್ಗ.

ಈ ಕವನ ಸಂಕಲನ ಇವರ ಮೊದಲ ಪ್ರಯತ್ನ. ಸರಳ ಭಾಷೆಯಲ್ಲಿ ಹಾಗೂ ಆಡುಭಾಷೆಯಲ್ಲಿ ಬರೆದ ಕವನಗಳನ್ನು ಇಲ್ಲಿ ಸಂಗ್ರಹಿಸಿ ಸಂಕಲನ ರೂಪಿಸಲಾಗಿದೆ. ಇದರಲ್ಲಿನ ಎಲ್ಲ ಕವನಗಳನ್ನು ಕಾಲ್ಪನಿಕ ಪ್ರೇಮ ವಿಚಾರ ಇಟ್ಟುಕೊಂಡು ವರ್ಣಿಸಲಾಗಿದೆ.

ಹೊಸ ಅಂಗಳದ ಕೆಲ ವಿಷಯಗಳು

ಪ್ರೇಮ ಪ್ರೀತಿ ಬಗ್ಗೆ ಬರೆದ ಕಥೆ ಕವನಗಳು ಅನೇಕ. ನಾನು ಇಲ್ಲಿ ಮಾಡಿದ ಪ್ರಯತ್ನ ಅಥವಾ ಅದರ ಭಾವನೆಗಳು ಏನೂ ಹೊಸದಲ್ಲ. ಪ್ರತಿ ಒಬ್ಬರ ಜೀವನದ ಅನುಭವ ಮಾತ್ರ ಪ್ರತ್ಯೇಕ ಮತ್ತು ವೈಯಕ್ತಿಕ ಅಭಿಪ್ರಾಯ ಬೇರೆ ಬೇರೆ ಇರುವವು. ಪ್ರೇಮಕ್ಕೆ ಭಾಷೆಯಲ್ಲಿ ವ್ಯಕ್ತಪಡಿಸುವದು ಎಷ್ಟು ಕಷ್ಟ, ಅಷ್ಟೇ ಅದನ್ನು ಅನುಭವಿಸುವದು. ಅದರಲ್ಲಿ ಸಿಗುವ ಆನಂದ ಎಷ್ಟೋ ಅಷ್ಟೇ ದುಃಖದ ಪ್ರಸಂಗಗಳು. ಭೇಟಿಗಿಂತ ವಿರಹ, ಮಾತಿಗಿಂತ ಮೌನ, ಹೇಳುವದಕ್ಕಿಂತ ಅದನ್ನು ಮಾಡಿ ತೋರುವುದು. ಇವೆಲ್ಲ ಪ್ರೇಮಿಗಳ ನಡುವಿನ ಒಂದು ಚಿಕ್ಕ ನೂಲು ಇದ್ದ ಹಾಗೆ. ಅದನ್ನು ಗಟ್ಟಿ ಹಿಡಿದರೂ ಕಷ್ಟ ಬಿಟ್ಟರೂ ಕಷ್ಟ. ಒಬ್ಬರ ಮೇಲೆ ಒಬ್ಬರು ಭರವಸೆ ಇಟ್ಟು ನಡೆದಾಗ ಸಂಬಂಧಗಳು ಜನುಮದ ನಂಟು ಆಗುವವು . ಅಷ್ಟಾಗಿ ನಾ ಬರೆದ ಕವನಗಳು ವಿಶೇಷ ಏನೂ ಇಲ್ಲ. ಓದಿ ಆನಂದಿಸಿ.

"ಮುಂಗಾರು ಮಳೆ" ಅಲ್ಲಿ ಹೇಳಿದ ಒಂದು ಸಂಭಾಷಣೆ ಈ ರೀತಿ ಇದೆ.... ನೀನು ಸಿಗದೆ ಇದ್ರೆ ನೋವೇ ಆಗತ್ರಿ, ಆದ್ರೆ ಈ ನೋವಲ್ಲ ಒಂಥರಾ ಸುಖ ಇದೇ......ಸಿಹಿ ನೋವು ... ಸಿಹಿ ನೆನಪುಗಳು,...

ಕೊನೆಗೆ ಈ ಪುಸ್ತಕ ಕವನ ಸಂಕಲನ ತಯಾರಿಸಲು ಸಾಕಷ್ಟು ಜನರ ಕೈ ಇದೆ. ಕುಟುಂಬ, ಗೆಳೆಯರು, ಮತ್ತು ಹಲವಾರು ಸಹಯೋಗ ನೀಡಿದ್ದಾರೆ. ಎಲ್ಲರಿಗೂ ನನ್ನ ಧನ್ಯವಾದಗಳು. ಈ ಪುಸ್ತಕವು Notionpress ತಂಡ, 'ಈ ಅಂಶ', ಶ್ರಿ ರಾಮಚಂದ್ರ ಭಾವೆ ಹಾಗು ಅದಿತಿ ಇವರ ಸಹಯೋಗದಿಂದ ಸಾಧ್ಯವಾಗಿದೆ.

-ಪ ರಾ ಗ

# ಹತ್ತು ಎರಡು

ಪದಗಳು ಇಲ್ಲದ ಹೊಸ ಕವನ ಬರೆದು ನೋಡಲೇ
ನಿನ್ನ ಹಿಂದೆ ನಡೆದ ದಾರಿಯಲಿ ಹಗಲು ಕಾಯಲೇ
ಮನದ ನಕ್ಷೆಯಲಿ ದಾರಿ ಮರೆತು ಹೋಗಿದೆ
ಅವಳ ನಗು ದಿಕ್ಸೂಚಿ ಮನ ಅಲ್ಲೇ ಸಾಗಿದೆ

ಮುಟ್ಟಿದರೆ ಬಂಗಾರ ಆಗುವ ಮಾತು ಕೇಳಿದೆ
ಅವಳ ಕೈ ಅಡುಗೆಲಿ ಚಿನ್ನ ಕಂಡಿದೆ
ರೇಷಿಮೆ ದಾರದ ಮೃದು ಮನಸಿನ ಅವಳು
ಎದುರು ನಿಂತು ಕಬ್ಬಿಣವ ಜಡಿದಳು

ಹತ್ತು ಎರಡು ಕಾಲ ಭೂಮಿ ಸೂರ್ಯನ ಸುತ್ತು
ಕೈ ಹಿಡಿದು ನಡೆದ ದೂರ ಸಾಲದು ಕಳೆದಿರುವ ಹೊತ್ತು
ಎಂಭತ್ತು ಕೆಲಸ ನಾಲ್ಕು ವಿರಾಮ ನಡೆದ ಜೀವನ
ಮನೆಯ ಗುಡಿಯ ಮಾಡಿ ಇನ್ನು ಚೇತರಿಸಿ ತನು ಮನ

ಬಯಲ ಹುಚ್ಚು ಗಾಳಿ ಎತ್ತರಕೆ ಧೂಳು ಬರೀ ಕಸ
ಶಾಂತ ಬೆಟ್ಟ ತಡೆದು ತೋರಿದೆ ಸಮಾಧಾನದಲ್ಲಿ ಸೊಗಸ
ಮಾತಿನಲಿ ಮೌನ ಶಬ್ದಗಳು ಆಗಿವೆ ಮುತ್ತು
ಭೇಟಿಯಾಗಲು ಮನ ಪ್ರತಿ ಜನ್ಮ ಕಾದಿತ್ತು

~*~

"Have an anchor so that life doesn't toss you around."

– Debby Ryan

# ಆಸೆಗಳು

ಮಲಗಿದೆ ಎಡದ ಬದಿಯಲಿ
ಮೈ ಎಲ್ಲ ಸಂಚರಿಸುವ ಭಾವನೆಗಳು

ಆ ಸುನೀಲ ಬೆಳಕಿನಲಿ
ಮುಳುಗಿರುವ ಅಂಗಾಂಗಗಳು

ಬದಲಿನ ಮುಹೂರ್ತದಲಿ
ಮತ್ತೆ ಬೇಕೆನ್ನುವ ಆಸೆಗಳು

ಶಾಂತ ಮನ ಶ್ವಾಸ ವೇಗದಲಿ
ಚಾಚಿರುವ ಬೆರಳುಗಳು

ಪ್ರತಿ ರಾತ್ರಿಯ ನೆನಪಲಿ
ಆನಂದದ ಸ್ಪರ್ಶಗಳು

ಗುಡುಗು ಸಿಡಿಲಿನ ಮಳೆಯಲಿ
ಸರ್ವಾಂಗ ನೆನೆದ ಕ್ಷಣಗಳು

ಬಣ್ಣ ತುಂಬಿದ ತೋಟದಲಿ
ಅರಳಿದ ಪ್ರೇಮದ ಹೂಗಳು

~*~

14   ಹೊಸ ಅಂಗಳ

A man travels the world over in search of
what he needs and returns home to find it.
– George A. Moore

# ಸೋತೆ

ನಾ ಸೋತೆ, ನಿನ್ನ ಸ್ಪರ್ಶದ ಅನುಭವದಲಿ

ಮೈ ಮರೆತೆ, ನಿನ್ನ ಆಲಿಂಗನದಲಿ

ಉಯ್ಯಾಲೆ ಹಗ್ಗದ, ಬಿಗಿ ಹಿಡಿತ

ತುಟಿ ಮುತ್ತು, ಮೇಲೆರಿದ ಹೃದಯ ಬಡಿತ

ಸೃಷ್ಟಿಯು ಕೊಟ್ಟ ಉಬ್ಬು ತಗ್ಗಿನಲಿ

ಜಗ ಮರೆತ ಈ ಸಮಯದಲಿ

ಸುಖ ಕಷ್ಟ ಇಲ್ಲ, ಕಾಣು ನೀ ಪ್ರಿಯರಾಗ

ಕಿವಿ ಕೊಟ್ಟು ಕೇಳು, ಶ್ವಾಸದ ಈ ವೇಗ

ಕತ್ತಲಿನ ಕವನದಲ್ಲಿ ಪ್ರಾಸವಾಗಿ

ನಮ್ಮ ಅಂಗಾಂಗಗಳು ಪದಗಳಾಗಿ

ಸುಖ ನೋವಿನ ಸಂಗೀತವಾಗಿ

ತುಟಿ ಕೆನ್ನೆ ಮೃದು ರಾಗಗಳಾಗಿ

ಚಂದ್ರ ರಚಿಸಿದ ಮಹಾ ಕಾವ್ಯವಾಗಿ

ನಾವೂ ಆನಂದದ ಪಾತ್ರಗಳಾಗಿ

~*~

"You are beautiful because of the light you carry inside you. You are beautiful because you say you are, and you hold yourself that way."

– Mary Lambert

# ಬಾಳ ಸಂಗಾತಿ

ಅರಿವಿಲ್ಲದ ಗುಣಗಳು ಆಗಿವೆ ಎತ್ತರ ಮರಗಳು
ದೋಷ ತಾತ್ಸಾರದೆ ಆವರಿಸಿವೆ ಎಲೆ ಬಳ್ಳಿಗಳು

ಬೇಡಾದ ಬೇಲಿ ತೋಟದ ಮುಳ್ಳನು
ಇದ್ದಷ್ಟು ಹೂವಲ್ಲಿ ಮಾಡಿದೆ ಜೇನು

ಇದೇ ಉಪ್ಪು ಮರಳು ಬಿಸಿಲಿನ ಕಡಲ ತೀರ
ತಂಪಾಗಿ ಬಂತು ಗಾಳಿ ಕುಡಿಯಲು ಎಳೆನೀರ

ಕುರುಡು ಕುದುರೆ ಏರಿ ತಪ್ಪಿದ ಅಲೆಮಾರಿ
ಮಿನುಗುವ ತಾರೆ ಬಾಳ ಸಂಗಾತಿ ತೋರು ನೀ ದಾರಿ

~*~

"I saw that you were perfect, and so I loved you. Then I saw that you were not perfect and I loved you even more."

– Angelita Lim

# ಸಂಕ್ಷಿಪ್ತ

ನೀ ಇಲ್ಲ ಸಮಯದ

ಮನಸ್ಸು ಸ್ತಿಮಿತವಲ್ಲದ

ಮರು ಭೇಟಿಯ ಆತುರ

ಬರೀ ನಾವು, ಬೇಡ ಇತರ

ಪ್ರೇಮ ಕಥೆ ಸಂಕ್ಷಿಪ್ತ

ಭಾವನೆ ಇವೆ ಗುಪ್ತ

ನಂಬಿಕೆಯ ಆಳ ಇದು

ವ್ಯಕ್ತ ಏಕೆ ಮಾಡುವದು

ಕ್ಷಣ ಸುಖಿಕೆ

ಇಲ್ಲ ಲವಲವಿಕೆ

ಜೊತೆ ಸತತ

ಸದಾ ಅನಂತ

~*~

"Love is what makes the ride worthwhile."
— Franklin P. Jones

ಪರಾಗ 21

# ನನ್ನ ಕಾದಂಬರಿ

ಜೀವನ ನಮ್ಮದು ಇರಲಿ

ಸುಖ ಕಷ್ಟ ನನ್ನ ಜೊತೆ

ಕನಸುಗಳು ನಿನ್ನವಿರಲಿ

ಸಾಧೀಸು ನನ್ನ ಜೊತೆ

ಧ್ಯೇಯ ಗುರಿ ನಿನ್ನದಿರಲಿ

ಪ್ರವಾಸ ನನ್ನ ಜೊತೆ

ಸಿಂಗಾರ ನಿನ್ನದಿರಲಿ

ಆತ್ಮ ಆನಂದ ನನ್ನ ಜೊತೆ

ನಾಯಕಿ ನೀ ಇರಲು

ನನ್ನ ಕಾದಂಬರಿ ಈ ಕಥೆ

"When the hero is ready, the mentor appears."

– Will Craig

# ಹೊಸ ಅಂಗಳ

ನಿನ್ನಯ ಮುಖ ಕಂಡಿರೋ ಆ ಕ್ಷಣ
ನೆನಪಿನ ಪ್ರತಿ ಘಳಿಗೆ ಆಕರ್ಷಣ
ಬಂಧನ ಸೀಮೆಗಳ ಹಾರುವ ಔತಣ
ಆಗುವ ಜೊತೆಯಲಿ
ಸೇರುವ ಜೊತೆಯಲಿ

ಸಾಗುವ ನಿನ್ನೊಡೆ, ಭಾಗ್ಯವ ಬದಲಿಸಿ
ಭೂಮಿ ತಿರುಗಿಸಿ, ಚಂದ್ರನ ತೋರಿಸಿ
ನಿನ್ನಯ ಸೂತ್ರದ ಕಥೆ ಆರಂಭಿಸಿ
ಕಳೆದ ಆ ವೇಳೆ ಕಾಲಕೆ ಮಿತಿಯೇ
ನೀನು ಇಲ್ಲದ ಎಂಥ ಗತಿಯೇ

ಲೋಕವ ತೋರುವೆ, ಹೊಸ ಅಂಗಳದಿ
ಸ್ನೇಹದ ಹೊಸ ಛಂದಸಗಳ ತ್ರಿಪದಿ
ಭಾವನೆ ಸಾಗುವ, ತುಂಬಿದ ತುಂಗಾ ನದಿ
ಕಣ್ಣಲಿ ಮಿನುಗುವ ಸುಂದರ ನೋಟ
ಕಾಣಲು ದೂರ ಆಗುವ ಪರದಾಟ

ಮಾತುಗಳ ಬೇಲಿ, ಮರೆತಿರುವೇ ನಾನು
ಸುಳ್ಳುಗಳ ಅರಮನೆ, ಕಳೆದಿಹೆ ನಾನು
ಕೊಟ್ಟ ಮಾತನ್ನು, ಪಾಲಿಸಿರುವೇ ನಾನು
ನಿನ್ನಯ ಜಾಲಕೆ ನಾ ಆಗಿಹೆ ಬೇಟೆ
ಸಿಲುಕಿದ ಜೀವ ನಾ ಕಟ್ಟಿದ ಕೋಟೆ

ಸುಳ್ಳು ನಿನ್ನ ನಡಿಗೆ, ನಡೆದೇ ಹೋದೆ
ದುಃಖದ ಗೆರೆಯ, ಕೊರೆದಿಟ್ಟು ಹೋದೆ
ಆಳದ ನೋವನ್ನು, ಮಾಡಿಯೇ ಹೋದೆ
ಹೀಗೆ ನಾ ಒಂದು ಒದ್ದಾಡುವ ಜೀವ
ಅಲೆಮಾರಿ ಎಲೆ ಚಳಿಗಾಲದ ನಾ ಜೀವ

ಉಳಿದಿರೊ ದಿನಗಳ ಯಾಂತ್ರಿಕವಾಗಿ
ಕನಸುಗಳು ಬರಡು ಕಗ್ಗತ್ತಲಾಗಿ
ಮನಸಿನ ನನ ಭಾವನೆ ಕಲ್ಲುಗಳಾಗಿ

When words are most empty, tears are most apt.
– Max Lucado

# ಮತ್ತೊಮ್ಮೆ

ನಗುವಿನ ಸಿರಿವಂತಿಕೆ, ಮಾತಿಗೇಕೆ ಬಡತನ
ತೆಗೆದು ಮೌನ ಪಕ್ಕದಲಿ, ಬಿಡಿಸು ಈ ಒಗಟನ

ಕಥೆ ಹೇಳದ ನಾನು, ಯಾವಾಗಲು ನಿನ್ನ ನೆನೆದು
ಕಾಡಿದೆ ನಿನ್ನಯ ಮೌನ, ಕಲ್ಪನೆಗಳು ಸುರಿದು
ಸಮಯದ ಈ ದೋಣಿ, ಏಕೆ ನಿನ್ನಯ ನಿಲುಕದು
ಮನಸಿನ ಅನುಮಾನದ, ಗೋಡೆ ನೀನು ತೊರೆದು
ನನ್ನೆದೆಯ ಸನಿಹಕೆ, ಕೇಳು ಮನ ತೆರೆದು

ಬದುಕಿನ ಪುಟಗಳ, ಕಣ್ಣೀರಿನ ಪದಗಳಿವೆ
ಮೆಟ್ಟಿಲನು ಏರುವ, ನೂರು ಹೆಜ್ಜೆ ಇಳಿದಿರುವೆ
ನಿದ್ರೆಯ ಮಧ್ಯದಲಿ, ದುಃಸ್ವಪ್ನಗಳಿವೆ
ವ್ಯಕ್ತಿಸುವ ಕಥೆಯ, ಕಲಿಯದ ಪಾಠಗಳಿವೆ
ನನ್ನ ಕೋಶದಲಿ, ಶಬ್ದಗಳು ಕಡಿಮೆ ಇವೆ

~*~

"Don't waste words with people who deserve your silence, Sometimes the most powerful thing you can say is nothing at all."

– Mandy Hale

# ಪಲ್ಲವಿ ಇಲ್ಲದೆ

ನಮ್ಮ ಪ್ರೀತಿ ಪ್ರಸನ್ನವಾದ ಸುವಾಸನೆ ಗುಲಾಬಿಯ
ನಮ್ಮ ಪ್ರೀತಿ ಒಂದು ಕವಿ ಮಾಡಿದ ಪರಿಕಲ್ಪನೆಯ

ಕೈ ಹಿಡಿದು ಸಂಜೆ ಕಾಫಿಯ ಹೆಸರಲಿ ಕಳೆದ ಸಮಯ
ನಮ್ಮ ಪ್ರೇಮ ನಿರಂತರ ಹೇಗೆ ಆಕಾಶ ನೀಲಿಯ

ಸ್ನೇಹ ಸ್ಪರ್ಶದ ರೋಮಾಂಚನ ನನ್ನ ಹೃದಯ
ಆದ ಸ್ಪರ್ಶ ಪ್ರತಿ ಉಸಿರು ಮನ ಎಲ್ಲಿ ಸವಿದೆಯ?

ನಿನ್ನ ಮುಖ ಬಿಡಿಸಿರುವೆ ಹೃದಯ ಪುಸ್ತಕ ಹಾಳೆಯ
ಆ ಕಣ್ಣುಗಳು ಕಳೆದಿವೆ ಕೂದಲಿನ ಜಾಲದ ಅಡಿವೆಯ

ಹೇಗೆ ಚಂದ್ರ ಮೋಡ ಸೆರೆ ಹಿಡಿದಂತೆ ಕಂಡೆಯ
ಚಂದ್ರನ ಬೆಳಕಿನಲ್ಲಿ ಕಳೆದಿರುವ ಆ ರಾತ್ರಿಯ

ನಮ್ಮಯ ಅಸಂಖ್ಯ ಮಾತೆಲ್ಲಾ ಮರಳಿನ ಹಿಮಾಲಯ
ಜೊತೆ ಕುಳಿತು ಕಂಡ ಕನಸಿನ ಪ್ರೀತಿಯ ಸ್ನೇಹಾಲಯ

ಕಳೆದೆಲ್ಲ ವೇಳೆ ಸುಖದ ಬಿಸಿಲಿನ ನೆರಳು ಗಾಳಿಯ
ಇಲ್ಲ ನೀ ಎಂದರೆ ದುಃಖದ ಕಣ್ಣು ಮೇಘಾಲಯ

ಸರಿಸಿ ಮೋಡ ಮಳೆ ರಾತ್ರಿ ಇದೆ ಕ್ಷಣಿಕ ಬೇಲಿಯ
ನೀ ನುಡಿದ ಪ್ರತಿ ಮಾತು ಮನ ಮಾಡಿದೇ ಗ್ರಂಥಾಲಯ

ಮಡಚಿದೆ ಓದಿ, ಓದಿ ಮಡಚಿ ಬದಿಯಲಿ ಇಟ್ಟ ಓಲೆಯ
ಏನೂ ಕೂಡ ತೋಚದ ನನ್ನ ಮನ ಒಂಟಿಯಾದ ನಾಳೆಯ

ಮಾಡಿದೆ ಒಮ್ಮೆಲೇ ಕತ್ತಲಿನ ಕೋಣೆಯ
ಮುಚ್ಚಿ ಹಾಕಿದೆ ಒಮ್ಮೆಲೇ ಬಾಗಿಲು ಕಿಟಕಿಯ

ಜಗದ ಕಾಟ ಬೇಡ ಕಟ್ಟಿದ ಮನದಲ್ಲಿ ಗೋಡೆಯ
ನೆಲ ಬಿಟ್ಟು ಮಧ್ಯೆ ನೀರಲಿ ಕಟ್ಟಿರುವ ದೋಣಿಯ

ಈಜು ಕಲಿಯದ ಅಂಬಿಗ ಇಲ್ಲಿಗೆ ಹೇಗೆ ಬಂದೆಯ?
ಮರಳಲ್ಲಿ ಮಾಡಿದ ಹೆಜ್ಜೆ ಗುರುತುಗಳನ್ನು ಉಳಿಸೆಯ?

ಮತ್ತೆ ಮರಳಿ ಹೋಗಲಿಲ್ಲ ನೀ ಇದ್ದ ಬೀದಿಯ
ಇನ್ನೂ ದೂರ ದೂರ ಆಗಿವೆ ನಮ್ಮ ಗುರಿ ಮತ್ತು ಹಾದಿಯ

ಪ್ರೇಮ ಯುದ್ಧ ರೀತಿಯಲ್ಲಿ ನಾ ಕಲಿಯದ ನೀತಿಯ
ಹೇಗೆ ಮಾಡುವದು ಹೊಸ ಸಂಬಂಧ ಹೊಸದ ರೀತಿಯ?

ಈಗ ಹೇಗೆ ದೂರ ಮಾಡಲಿ ವಿಚ್ಛೇದದ ಭೀತಿಯ?
ನಾನು ಕೂಡ ತುಸು ಅರಿವೆನು ವಿರಹ ರಾಮ ಹಾಗೂ ಸೀತೆಯ

ಬೇಡ ಇದ್ದಲ್ಲಿ, ಮಾತು ಕೇಳಿ, ಮಾಡಿರುವೆ ಸಹನೆಯ
ಹೇಳದೇ ಹೋದರೆ ಇದು ಎಂತಹ ಪರೀಕ್ಷೆಯ?

ಒಂದು ಗಾಲಿಯ ಇಲ್ಲದೆಯೇ ನಡೆದ ಈ ಬಂಡೆಯ
ಪಲ್ಲವಿ ಇಲ್ಲದೆ ಬರೆದಿರೊ ಚರಣಗಳ ಕವಿತೆಯ

~*~

"Some of us think holding on makes us strong, but sometimes it is letting go."

– Herman Hesse

# ಅನುಭವಿಸಿ

ಜನರ ಗುಂಪಲ್ಲಿ ನಗು ಒಂದು ಕಂಡೆನು

ಇಣುಕಿ ನೋಡಿದ ಆ ಕಣ್ಣುಗಳಲ್ಲಿ ಲವಲವಿಕೆ ಕಂಡೆನು

ಕಿವಿಯ ಹಿಂದೆ ಸರಿದ ಕೇಶದಲ್ಲಿ ಕಳೆದು ಹೋದೆನು

ಮರಳಿ ಮನೆ ಹಾದಿಯಲ್ಲಿ ಎಲ್ಲೆಡೆ ಅದನ್ನೇ ನೆನೆದೆನು


ಅವಳ ಹತ್ತಿರ ನಡೆದಾಗ ಪರಿಮಳ ಮನಮೋಹಕ

ತೊಟ್ಟ ಸೀರೆಯ ನವಿಲುಗರಿ ತಟ್ಟಿದೆ, ಇಲ್ಲ ಆಕಸ್ಮಿಕ

ನುಡಿದ ಮಧುರ ಮಾತುಗಳ ಕೇಳುವ ತವಕ

ಮನ ಆಳದಲ್ಲಿ ಮಾಡಿವೆ ತುಟಿಗಳು ಹೊಸ ಪ್ರೀತಿಯ ಸ್ಮಾರಕ


ಹೇಳಲೆಂದು ತೆರೆದ ಬಾಯಿ ಹೊರಳಿ ನುಂಗಿದೆ ಮನ

ಮತ್ತೆ ಸುಮ್ಮನಾದ ತುಟಿಗಳು ಮಾತಾಡಿವೆ ನಯನ

ವಿಚಾರದ ಉಯ್ಯಾಲೆಯಲಿ ತೂಗು ಬಿಟ್ಟೆ ಜೀವನ

ಮೈ ತುಂಬಾ ಲಯಗಳು ಪ್ರೇಮ ಗೀತ ಗಾಯನ


ನಾ ಯಾರು ಮೊದಲ ಭೇಟಿಯ ಪ್ರೇಮ ನಿಜವೆಂದು ಅರಿಯಲು

ಖಾಲಿ ಬಿಟ್ಟ ಪುಟಗಳಲ್ಲಿ ವಿಧಿಯ ಪದ ಮೂಡಲು

ಪ್ರೇಮದ ಕೆಲ ಭಾವನೆ ನಾವು ಯಾರು ಬರೆಯಲು

ಇನ್ನೇನು ಕೆಲ ಕಾಲ ಪ್ರೇಮಭಂಗ ಅನುಭವಿಸಿ ತಿಳಿಯಲು

~*~

I saw your face in a crowded place, And I
don't know what to do

– James Blunt

# ನೀ ಬೇಕು ಬದಿಯಲಿ

ಹೀಗೊಂದು ರಾತ್ರಿ ಮತ್ತೆ ನಾ ಕಳೆದೆ ಕಾಲ
ದಿನಗಳನ್ನು ಎಣಿಸಿದೆ ಅದೆಷ್ಟೋ ಸಲ

ನಿನ್ನ ಬಣ್ಣಿಸಲೆಂದು ಮತ್ತೆ ನಾಲ್ಕು ಪದಗಳ ಬರೆದೆ
ನಾಳೆಯ ಬೆಳಗಿಗೆ ಕಾಯದೇ ಹೊಸ ಪುಟಗಳ ತೆರೆದೆ
ತಂಪಿನ ಗಾಳಿಯ ಬೀಸಿ ಕಿಟಕಿಯ ಹಾರಿದ ಪರದೆ
ಹೊರಗೆ ಹಾಗೆ ನೋಡುತ ನಾ ಎಷ್ಟೋ ಸಮಯ ಕಳೆದೆ

ಆ ಚಂದಿರ ಅರ್ಧ ಅಲ್ಲಿಯೇ ಇರುವನು
ನಾಳೆಗೆ ನಮ್ಮ ದೇಶಕ್ಕೆ ಬೆಳಗುತ್ತಾ ಬರುವನು
ನಿನ್ನ ಬದಿಗೆ ನನ್ನ ತಳಮಳದ ಓಲೆಯನು ತರುವನು
ಈಗ ಅರುಣ ಬೆಳಕು ಚೆಲ್ಲುತ್ತಾ ತಲೆ ಏರಿರುವನು

ಬಾಯಿಯಲಿ ನುಡಿಯುವ ಶಬ್ದ ಹೇಗೆ ಬರೆಯಲಿ
ಲೇಖನಿಯು ನಡೆಯಿತು ತನ್ನದೇ ಲಯದಲಿ
ಎರಡು ವಾರದ ದಿನ ರಾತ್ರಿ ಹೇಗೆ ನಾ ಕಳೆಯಲಿ
ಕನಸು ಕಾಣಲು ಕೂಡ ನೀ ಬೇಕು ಬದಿಯಲಿ

ಹೀಗೊಂದು ರಾತ್ರಿ ಮತ್ತೆ ಕಳೆದೆ ನಾ ಕಾಲ
ದಿನಗಳನ್ನು ಎಣಿಸಿದೆ ಅದೆಷ್ಟೋ ಸಲ

~∗~

34   ಹೊಸ ಅಂಗಳ

"Sleeping is no mean art: for its sake one must stay awake all day."

– Friedrich Nietzsche

# ಓ ಸಖಿಯೇ

ಚಿಗುರಿರುವ, ಹೊಸ ಎಲೆಗಳು, ನಿನಗಾಗಿ, ಬಂದಿವೆಯೇ
ಚೈತ್ರದ, ಬಣ್ಣಗಳು, ನಿನ್ನಿಂದಲೇ, ಮೂಡಿವೆಯೇ
ಅರಳಿರುವ, ಮಲ್ಲಿಗೆಯ, ಸುವಾಸನೆ, ನೀನಗಾಗಿಯೇ
ಅದೆಷ್ಟೋ, ಕಾದಿರುವ, ಕನಸುಗಳ, ನೀ ಸಖಿಯೇ

ಹೋಗುವ ಪ್ರತಿ ದಾರಿಯ, ದೀಪ ನೀ ಬೆಳಗಿಸಿ
ಬಣ್ಣಿಸಿರುವ ಚಿತ್ರದ, ಬಣ್ಣಗಳ ಜೋಡಿಸಿ
ಎರಡು ಕ್ಷಣ ನೋಟದ, ಹೃದಯ ಬಡಿತ ನಿಲ್ಲಿಸಿ

ಸಾಗರದ, ಅಲೆ ಮೇಲೆ, ಮಿನುಗಿರುವ, ಕಿರಣವೇ
ತೀರದಲ್ಲಿ, ಮಾಡಿರುವ, ಗುರುತುಗಳ, ಹಮ್ಮುಗವೇ
ಮಂಜಿನ, ಮುಂಜಾನೆ, ಹೊಳೆಯುವ, ಹೂದಳವೇ
ಅದೆಷ್ಟೋ, ಕನಸುಗಳ, ಓ ಸಖಿಯೇ, ನಿನಗಾಗಿ ಕಾದಿರುವೇ

ಹಾಡಿನ ಪ್ರತಿ ಸಾಲಲಿ, ಭಾವನೆಗಳ ಸೇರಿಸಿ
ಹೂವುಗಳ ಮಾಲೆಗೆ, ಪರಿಮಳ ಜೋಡಿಸಿ
ಮಾತಿನ ಭರದಲ್ಲಿ, ನಸುನಗಲು ಸೂಚಿಸಿ

ಮಲೆನಾಡಿನ, ಬೆಟ್ಟಗಳ, ತುದಿಇಂದ, ಕೂಗಿರುವೆ
ತುಂಗೆಯ, ಸಿಹಿ ನೀರಿಗೆ, ದಡದಲ್ಲಿ, ಕಾದಿರುವೆ
ಜೀವನದ, ಪ್ರತಿ ಘಳಿಗೆ, ನಿನ್ನನ್ನು ನೆನೆದಿರುವೆ
ಅದೆಷ್ಟೋ, ಕನಸುಗಳ, ಓ ಸಖಿಯೇ, ನಿನಗಾಗಿ ಕಾದಿರುವೆ

~*~

"If I am really a part of your dream, you'll come back one day."

– Paulo Coelho

# ನಾ ನನ್ನೊಂದಿಗೆ ನಡೆದಿರುವೆ

ವ್ಯಕ್ತ ಮಾಡದ ಭಾವನೆಗಳು
ಶಬ್ದ ಶೂನ್ಯ ಅಂಧಕಾರಗಳು
ಬೆಳೆಯದ ಹಸಿ ಮೊಳಕೆ
ತಪ್ಪಿದ ಕಾಲ್ದಾರಿಯ ಹುಡುಕೆ
ದುರ್ಬಲ ಕಾಲುಗಳಿಗೆ
ಕಟ್ಟಿ ಹಾಕಿದ ಹಗ್ಗ- ಫಳಿಗೆ

ಬೆಟ್ಟದ ತುದಿ ಬಂತು
ನೋಡಲಿಲ್ಲ ಜೊತೆ ನಿಂತು

ಜೀವನದ ಪರಿವಿಡಿ ಕಳೆದು ಹೋಗಿದೆ
ನನ್ನ ಈ ಕಾದಂಬರಿ ನೀ ಓದ ಬೇಕಾಗಿದೆ
ಈ ಪುಸ್ತಕದ ಪ್ರತಿ ಪುಟಗಳು
ಸಿಹಿ ನೆನಪಿನ ಅಧ್ಯಾಯಗಳು
ಕೊನೆ ಇರದ ಪಾತ್ರ ನೀ
ನನ್ನ ಜೀವನದ ಸೂತ್ರಧಾರ ನೀ

~*~

Ah, women. They make the highs higher
and the lows more frequent.

– Friedrich Nietzsche

# ಶಾಂತಿಯ ಸೊಬಗು

ಮಿತ್ರರು ಜಗಳದ ಹೆಸರಲ್ಲಿ
ಸಿಟ್ಟಿದೆ ಶಿಕ್ಷಕರ ಕಣ್ಣಲ್ಲಿ
ಹೆಂಡತಿ ಗಂಡರ ಜಗಳ ಗಳಲ್ಲಿ
ಆನಂತರ ಶಾಂತಿ ಕೊನೆಯಲ್ಲಿ

ಕುಣಿಯುತ ನೃತ್ಯದ ಹೆಜ್ಜೆಗಳ
ಕುಂಚದ ಬಿಡಿಸಿದ ಬಣ್ಣಗಳ
ವೀಣೆ ನುಡಿಸಿದ ಸ್ವರ ಗೀತಗಳ
ಮಧ್ಯದ ಶಾಂತಿಯ ತರಂಗಗಳ

ಮಗುವಿನ ಆಸೆ ಬೆಳೆಯುವುದು
ಯುವಕರ ಗುರಿ ನಿಲುಕುವುದು
ಮುಪ್ಪಿಗೆ ಮೋಕ್ಷ ಹುಡುಕುವುದು
ಅನಂತ ಶಾಂತಿ ದೊರಕುವುದು

ಕಾಣು ಮಮತೆಯ ತಾಯಿ ಮಗು
ಪ್ರೇಮಿಗಳ ಭೇಟಿಯ ಮುಗುಳ್ನಗು
ಕರುಣಾ ದೇವರ ಭಕ್ತಿಯ ಮಿನುಗು
ಅಂದದ ಶಾಂತಿಯ ಇದು ಸೊಬಗು

~*~

"Do not let the behavior of others destroy
your inner peace."

– Dalai Lama

# ಹೂವು

ಪೂಜೆಗೆ ಕಾದಿಟ್ಟ ಹೂವು
ಆಗುವುದೆ ಬಾಡುವ ನೋವು?
ಜನರ ಸತ್ಕಾರ, ಅಮೂಲ್ಯ ಬಂಗಾರ
ಬಾಳು ಸಾಕಾರ,
ಕರುಣೆಯು ಅದರ ಸಿಂಗಾರ

ಗುಡ್ಡದಿ ಬೆಳೆಯುವ ಹೂವು
ಬಿಸಿಲಲ್ಲಿ ತಾಗಿತೆ ನೋವು?
ಯಾರು ನೋಡಿಲ್ಲ, ಪರಿಮಳ ನಿಲುಕಲ್ಲ
ಮುಟ್ಟಲು ಸಿಕ್ಕಿಲ್ಲ,
ಸಹನೆಯ ಗುಣ ಬಿಟ್ಟಿಲ್ಲ

ನೀರಲ್ಲಿ ಕಮಲದ ಹೂವು
ಕೆಸರು ಮಾಡಿದೆಯಾ ನೋವು?
ಕೊಚ್ಚಿ ಹೋಗದೆ, ಕೊಳೆ ತಗ್ಗಿಸದೆ
ಸ್ವಚ್ಛಂದ ಬೆಳೆದೆ,
ಸಂತೃಪ್ತಿಯ ಭಾವನೆ ತೋರಿದೆ

ನಿತ್ಯ ಅರಳಿದ ಹೂವು
ಸದಾ ಚೈತನ್ಯ ಮನವು
ಕರುಣೆಯ ತೋರು, ಜನರಲ್ಲಿ ಸೇರು
ಸಹನೆಯ ತೇರು, ವಿಶ್ವಾಸವ ಕೋರು
ಸಂತೃಪ್ತಿಯ ಬೇರು, ನಿಶ್ಚಿತ ಭಾವನೆಯ ಸಾರು

"Minds are like flowers; they open only
when the time is right."
– Stephen Richards.

# ಕಲ್ಪನೆಯ ತೋರಣ

ಕಲ್ಪನೆಯ ತೋರಣ, ಮನಸಿನ ಬಾಗಿಲಿಗೆ
ಭಾವನೆ ಕಿಟಕಿಯ, ಈ ಮನೆಗೆ

ಆನಂದದ ಅಂಗಳ, ಆಡುವ ಮಗುವಿಗೆ
ಸ್ವಚ್ಛಂದ ವಿಚಾರಗಳ, ಅಗ್ನಿಯು ಈ ಒಲೆಗೆ

ಪ್ರೀತಿ ಪ್ರೇಮ ಗೆಳೆತನದ, ಬಾವಿಯ ನೀರಿಗೆ
ಸುಖ ದುಃಖ ದ್ವೇಷ ನಗುವು, ಔತಣ ಆಪ್ತರಿಗೆ

ಧೈರ್ಯ ಸಾಧನೆಯ, ಇಟ್ಟಿಗೆ ಗೋಡೆಗೆ
ಸೋಲು ಬಿದ್ದ ಅನುಭವದ, ಬಣ್ಣ ಪಾಲಿಗೆ

ತಾಯಿ ತಂದೆಯರ, ಮಮತೆಯ ಮಾಳಿಗೆ
ಮಕ್ಕಳ ಅನುಬಂಧ, ನಿನ್ನ ಛಾಯೆಗೆ

~*~

Imagination is the beginning of creation.
You imagine what you desire, you will
what you imagine, and at last, you create
what you will.

– George Bernard Shaw

# ತಪ್ಪಿಸುವೆ

ಮನ ಒಂದೇ ಮಾತು ಹೇಳುತಿದೆ
ಮತ್ತೆ ಏನು ಕೇಳುತಿದೆ
ನಾ ಅದರ ದಾರಿ ತಪ್ಪಿಸುವೆ, ಮನ ಮತ್ತೆ ಅದನ್ನೇ ನುಡಿಯುತಿದೆ

ನಿನ್ನಯ ಕಾಣುವ ಬಯಕೆಗಳು
ಪ್ರೀತಿಯ ಕೇಳುತ ಹಾಡುಗಳು
ಯಾವ ರಾಗ ಕಂಡಿರುವೆ?, ಅದು ಬಣ್ಣಿಸುವದು ಹೇಗೆ ನೀ ಹೇಳು

ಈ ಬಾರಿ ಎಲ್ಲ ಮಾತು ಕೇಳುವೆನು
ತಮಾಷೆ ಅಲ್ಲ ನಿಜವೆನು
ಅದು ಎಷ್ಟೋ ಬಾರಿ ಹೇಳಿದರೂ, ಕಿವಿ ಕೊಟ್ಟು ಮತ್ತೆ ಕೇಳುವೆನು

ಕೈ ಹಿಡಿದು ನಡೆಯುವ ಹಾದಿಯಲಿ
ಕಷ್ಟ ನೋವು ಏನೇ ಬರದಿರಲಿ
ದೂರ ಹೋಗಿ ನೊಂದಿರಲು, ಆ ನೆನಪು ಈಗಿನ ದಿನಗಳಲಿ

~*~

You can love someone so much...But you can never love people as much as you can miss them.

– John Green

# ಕೈ ಗುರುತು

ಗೆರೆಗಳ ಮಧ್ಯದಲಿ
ಕೈ ಗುರುತಿನ ಖಾಲಿ ಭಾಗಗಳಿವೆ
ಬರೆದಿಟ್ಟ ಪುಟಗಳಲಿ
ಮಾಡಲು ಬಹು ಕೆಲಸಗಳಿವೆ
ವಿಧಿ ಆಟದ ಸೋಲಿನಲಿ
ಗೆಲ್ಲುವ ಅವಕಾಶಗಳಿವೆ

ಮಲಗಿದ ಸುಖ ನಿದ್ರೆ, ಕಂಡಿದೆ ಕನಸುಗಳ
ಜೋಕಾಲಿಯ ಮಧ್ಯ, ಮುಟ್ಟಿದೆ ನೆಲ ಕಾಲ್ಗಳ
ದಣಿಯದ ಪ್ರವಾಸದಲ್, ಗೆಳೆಯರ ಸಹಭಾಗಗಳ
ಅಲಾಪದ ನಂತರ ಕಂಡ, ಹಾಡಿನ ಬಿಡುವು ಭಾಗಗಳ

"It's funny how people choose to believe in magic, miracles, fate and all sorts of superstition but not in themselves!"

– Mouloud Benzadi

# ಸ್ವಾರ್ಥ

ಸುಮ್ಮನಿದ್ದ ಕೆಲಸ ಮಾಡಿ ಇರುವುದೇ ಸ್ವಾರ್ಥ
ತೊಡಗು ಕಾರ್ಯ ಹೊಸ ವಿಷಯದ ಜೀವನಕೆ ಅರ್ಥ

ಮಂಜು ಗಡ್ಡೆ ಕರಗದೇ ಇದೆ ಎಂಥ ಬೆಟ್ಟ
ನದಿಯಾಗಿ ಹರಿದು ಊರು ಮಣ್ಣು ಮುಟ್ಟ

ಕಂಡು ನೋಡಿ ದೂರ ಕುಳಿತು ಏಕಾಂತ ಇಲ್ಲ ಹಿತಕರ
ಜೊತೆ ನಡೆದು ಕೈ ಹಿಡಿದು ಆಲಂಗಿಸಿ ಅಂಥ ಪ್ರಿಯಕರ

ಗರ್ಜೀಸಿ ಹಾರೋದ ಮೊಡಗಳ
ಕರಿಯಾಗಿ ಸುರಿದು ಒದ್ದೆ ಮಾಡಿದ್ದೇ ಅಂಗಳ

ಮರೆತ ನೀ ಪುಸ್ತಕ, ಪಾತ್ರ ನೆನೇಯದೇ
ಮನಸಿಗೆ ಅಚ್ಚು ಮಾಡಿದ ಕಾದಂಬರಿ ಅದೇ

~*~

The world is not fair, and often fools,
cowards, liars and the selfish hide in high
places.

– Bryant H. McGill

# ರೋಷ

ಮಾತು ಗಳಿವೆ ಆದರೆ ಶಬ್ದವಿಲ್ಲ ಮಾತ್ರ

ಕುಂಚದ ತುದಿಯಲ ಬಣ್ಣ ಇಲ್ಲದ ಚಿತ್ರ

ಕಥೆ ಬರಹದ ವಿಷಯ ಕಾಣದು ಪಾತ್ರ

ಮನ ಆಳದ ಜಗತು ಹೇಳಲು ವಿಚಿತ್ರ


ಕತ್ತಲಿನ ರಾತ್ರಿ ಚಂದ್ರನ ಬೆಳಕು

ನಿಂತಿದೆ ಸಮಯ ವೇಗದ ಬದುಕು

ಗಟ್ಟಿ ಕಬ್ಬಿಣ ಬಂಗಾರಕ್ಕೆ ಹೊಳಪು

ಸವಿ ನೆನಪು ಅದರಲ್ಲಿ ಪ್ರೀತಿಯ ತೊಡಕು


ಆನೆಗೆ ಸಾಧಿಸಲು ಬೇಕು ಅಂಕುಶ

ಕಿಡಿ ಒಂದು ಸಾಕು ಮಾಡಲು ಕಾಡಿನ ನಾಶ

ಬುದ್ಧಿ ಭ್ರಮೆ ಗೊಳಿಸಲು ಮೋಹದ ಪಾಶ

ಗೆಲುವಲ್ಲಿ ಸೋಲು ತೋರುವದು ರೋಷ

~*~

52  ಹೊಸ ಅಂಗಳ

"I will love you until the sun dies. And when it does, I will love you in the darkness."

– Pierce Brown, Iron Gold

www.ingramcontent.com/pod-product-compliance
Lightning Source LLC
LaVergne TN
LVHW040119210825
819220LV00036B/912
* 9 7 9 8 8 9 0 2 6 0 1 0 9 *